भारतातील महान महिला

मदर तेरेसा

रेनू सरन

डायमंड बुक्स

ISBN : 978-81-288-3938-2

प्रकाशक : **डायमंड पॉकेट बुक्स (प्रा.) लि.**
X -30, ओखला इंडस्ट्रियल एरिया, फेज- II
नवी दिल्ली - 110020
फोन : 011-40712100
ई- मेल : sales@dpb.in
वेबसाईट : www.diamondbook.in
संस्करण : 2025
मुद्रक : आदर्श प्रिंटर्स, शाहदरा, दिल्ली -32

MOTHER TERESHA (MARATHI)

by : Renu Saran

अनुक्रमणिका

१.	परिचय	५
२.	जन्म आणि बालपण	८
३.	सुरूवातीची लक्षणे	१०
४.	बोलावणे	११
५.	नन होण्याची कथा	१२
६.	भारतीय रंगात तेरेसा	१४
७.	मदरची पदवी	१४
८.	निळ्या काठाच्या साडीची भेट	१६
९.	आपल्या आवडीने भारतीय	२०
१०.	स्विस व्यक्तीच्या गर्वाचा अंत	२२
११.	गरजवंतांना मदत	२३
१२.	गरिबांसाठी दु:ख	२४
१३.	जवाहरलाल नेहरूंची भेट	२६
१४.	कुष्ठरोग्यांसाठी घर	२८
१५.	ठामनिश्चयी मदर तेरेसा	३०
१६.	नेहरूंकडून मदरचे कौतुक	३२
१७.	पवित्र हृदय	३२
१८.	ती अपंग मुलगी	३४
१९.	इंदिरा गांधींशी संबंध	३६

२०.	परदेशातील मदर्स होम	३८
२१.	निर्मळ आणि पवित्र	४०
२२.	नारळाचा गोळा	४२
२३.	प्रेमदान	४३
२४.	सिंगापूरची घटना	४४
२५.	कस्टम ड्युटी द्यायला नकार	४५
२६.	वृद्धाश्रम	५०
२७.	जिवंत महान आत्मा	५०
२८.	सम्मान	५४
२९.	मदरची प्रार्थना	५५
३०.	अंतिम यात्रा	५६
३१.	मदर तेरेसा नंतर मिशिनरी ऑफ चॅरिटी	५८
३२.	मदर तेरेसा मेमोरिअल हाऊस	५९
३३.	संत होण्याच्या मार्गावर मदर तेरेसा	६०

परिचय

अल्बानियामधअये जन्माला आलेल्या आणि अतिशय साधार दिसायला असलेल्या मदर तेरेसा यांना जितके लोकांचे प्रेम मिळाले, तितके विसाव्या शतकात दुसऱ्या कोणाला मिळाल्या असल्याची शक्यता खूपच कमी आहे. सामान्य दिसणाऱ्या या महिलेच्या मनात गरजवंतासाठी करूणा आणि पीडितांसाठी सहानुभूतीची भावना सतत वाहत होती. त्यांच्या डोळयात दिसणाऱ्या दया भावनेतून लोकांना परम सत्यासाठी समर्पणाची भावना स्पष्टपणे दिसत असे. भौतिक वस्तूंचा मोह त्याग करून साधेपणाने जीवन जगण्याच्या त्यांच्या पद्धतीचे अनुसरण करणे एका सामान्य व्यक्तीसाठी सहज शक्य असेलली बाब नाही. सर्वांच्या मनात मदर तेरेसा यांच्यासाठी प्रेम आणि कौतुकाची गाढ भावना होती.

मदर तेरेसा यांनी मानवतेचा प्राचीन धार्मिक विश्वास सार्थ केला, जो या आधुनिक युगातून गायब झाला होता. परमेश्वराची निस्वार्थ सेवा करूनच या जगात परामांद मिळविता येऊ शकतो, असे त्यांचे म्हणणे होते. त्या मानवतेची सेवा हीच परमेश्वराची

सेवा असल्याचे समजत असत. त्या जसे बोलत असत तसेच वागत असत. त्यांनी प्रत्येक प्राण्याला येशूचे रूप समजून त्याची सेवा केली. अशा प्रकारे त्यांनी परमेश्वराबद्दल असलेल्या आपल्या प्रेमाचा विस्तार मानवतेबद्दल प्रेम व्यक्त करून केला.

गरिब, पीडीत, तिरसकृत समजल्या जाणाऱ्या आजारी लोकांची सेवा करण्यात त्यांनी आपला उभा जन्म घालविला. हे सर्व करण्यासाठी त्यांच्याजवळ मनाची अपार शक्ती आणि ऊर्जा होती. त्या आपले जीवन एखाद्या खऱ्या खुऱ्या धार्मक व्यक्तीसारखे जगत असत. त्या! येशूच्या खऱ्या सेविका हो्त्या. त्यांच्यासाठी दीन, दु:खी, पिडीत, अनाथ, आजारी असे सर्व म्हणजे येशूचे अवतार होते. त्यांची त्या रात्रंदिवस सेवा करीत असत. त्यांच्यासाठी हिंदूचा कृष्णा आणि मुस्लिमांचा मोहम्मद यात काहीही फरक नव्हता. त्या सर्वांसाठी त्याच भावनेने समर्पित असत.

मदर तेरेसा यांनी जय उत्साहाने मानवतेची सेवा केली, त्याचे दुसरे उदाहरण मिळणे अवघड आहे. त्याने वेदनेने कण्हणाऱ्या मानवतेला याची आठवण करून दिली , की आपल्याला शांतता हवी असेल, तर आपण सर्वांनी सदभावनेने एकत्र रहायला हवे.

जन्म आणि बालपण

मदर तेरेसा यांचा जन्म २७ ऑगस्ट १९१० रोजी तत्कालिन युगोस्लाव्हियातील स्कप्जे नावाच्या शहरात झाला. हे शहर आता मेसेडोनिया गणराज्याची राजधानी आहे. मदर तेरेसा यांचे खरे नाव 'एग्नेस गोनाक्सा बेजाक्सियू' होते. त्या आपल्या आई वडिलांची तिसरी आणि अखेरची मुलगी होत्या. त्यांचे वडील निकोल आणि आई ड्रेनाफाईल बेजाक्सियू कॅथोलिक होत आणि अल्बानियामध्ये रहात होते. निकोल एक यशस्वी उद्योजक होते. डेनाफाईल घरी राहून मुलांची देखभाल करीत असत. १९१९ साली मदर तेरेसा आठ वर्षांच्या असताना त्यांच्या वडिलांचे निधन झाले. बेजाक्सियू कुटुंबावर यामुळे खूप मोठा आघात झाला. काही दिवस दुःखात घालविल्यानंतर त्यांच्या आईने कपडे शिवून आणि त्यावर हाताने कशिदा करून कपडे विकायला सुरूवात केली. त्यातून त्यांना थोडे फार उत्पन्न मिळत असे. त्यातून घरखर्च चालत असे. त्यांनी एग्रेसला एखाद्या रोमन कॅथालिकप्रमाणे पालन पोषण करून मोठे केले.

बेजाक्सियू कुटुंब पूर्णपणे धार्मिक वृत्तीचे होते. ते रोज प्रार्थना

करीत असत आणि वर्षातून एकदा तीर्थयात्रा करीत असत. एग्नेस आपल्या सुरूवातीच्या दिवसातही मिशनरी कथा ऐकण्यात दंग राहत असे. तेथील जीवन आणि बंगालमध्ये त्यांनी केलेल्या कामांबद्दल ऐकणे तिला खूप आवडत असे.

सुरूवातीची लक्षणे

एके दिवशी एग्नेसच्या आईने आपल्या मुलांना काही घाणेरड्या मुलांसोबत खेळताना पाहिले. तिने आपल्या मुलांना बोलावले आणि त्यांना सांगितले, "त्यांच्यासोबत खेळू नका. नाही तर तुम्हीही त्यांच्यासारखे घाणेरडे, असभ्य आणि बेशिस्त व्हाल."

त्यांची मोठी मुलगी शांतपणे उभी होती; पण एग्नेसने विचारले, "आई, या मुलांना चांगले केले जाऊ शकत नाही का? तू आम्हाल त्या संताच्या गोष्टी सांगतेस, ज्यांनी वाईट लोकांना चांगले केले. त्याच प्रमाणे या मुलांनाही चांगले केले जाऊ शकत नाही का? हे खरे नाही का? "

आईने कौतुको एग्नेसकडे पाहिले. मान हालवित म्हणाली, "माझे मुली, तू अगदी बरोबर म्हणते आहेस. आपला उद्देश त्यांना मदत करणे असायला हवा. त्यांचा तिरस्कार करणे नाही."

बोलावणे

बाराव्या वर्षीच एग्नेसला जाणवू लागले की आपण 'नन' च्या रूपात परमेश्वराची सेवा करायला हवी. 'नन' होण्याचा निर्णय घेणे खूप अवघड होते. त्याचा अर्थ फक्त विवाह आणि संसाराचा मोह त्यागणे इतकाच नव्हता तर सर्व संसारी वस्तूंचा त्याग करणेही त्यात समाविष्ट होते. इतकेच नाही तर नेहमीसाठी आपल्या कुटुंबाचाही त्याग करावा लागणार होता

एग्नेसने या विषयांवर पाच वर्षे विचार केला. या काळात ती चर्चमधील कोरसमध्ये गाणे म्हणण्याचे काम करीत असे. चर्चमधील विविध कार्यक्रमात आई सोबत राहून ती गोर गरिबांना जेवण वाटण्याचे काम करीत असे.

वयाच्या सतराव्या वर्षी मदर तेरेसाने नन होण्याचा अतिशय अवघड निर्णय घेतला. त्यांनी कॅथलिक मिशनरीच्या वतीने भारतात केल्या जाणाऱ्या कामाबद्दल अनेक पुस्तके वाचली होती. त्यामुळे मदर तेरेसा यांनी भारतात येण्याचा निर्णय घेऊन टाकला होता. त्यासाठी तिने 'लॉरेटो ऑर्डर ऑफ नन' साठी अर्ज केला होता. खरं तर हे आयर्लंडमध्ये होते, पण त्याच्या मिशन भारतात होत्या.

नन होण्याची कथा

अठरा वर्षाच्या एग्नेस हिने सप्टेंबर १९२८मध्ये आपल्या कुटुंबाचा निरोप घेतला. ती आधी आयर्लंडला गेली आणि तिथून ती भारतात आली. त्यांनी 'सिस्टर्स ऑफ लॉरेटो' मध्ये एक मिशिनरी म्हणून प्रवेश केला. त्या नंतर कधीही त्या आपली आई आणि बहीण यांना भेटल्या नाहीत.

लॉरेटो नन होण्यासाठी त्यांना दोन वर्षांचा काळ लागला. सुरूवातीच्या काळात मदर तेरेसा यांनी सहा आठवड्यांचा कालावधी आयरलँडमध्ये घालविला. या काळात त्यांनी लॉरेटो ऑर्डरचा इतिहास वाचला. त्याच बरोबर त्यांनी इंग्रजीचाही अभ्यास केला. याचे आणखी एक कारण असे होते, की लॉरेटोच्या सिस्टर्स भारतातील शालेय मुलांना इंग्रजी भाषेतच शिकवित असत. त्यानंतर त्यांनी भारताचा प्रवास सुरू केला. ६ जानेवारी १९२९ रोजी त्या भारतात आल्या. पहिली दोन वर्षे त्यांनी एखाद्या नवशिख्याप्रमाणे घालविली. २४ मे १९३१ रोजी तेरेसा यांनी पहिल्यांदा नन होण्याची शपथ घेतली.

लॉरेटो नन झाल्यावर त्या सिस्टर तेरेसा या नावाने ओळखल्या जाऊ लागल्या. स्पेनमध्ये असलेल्या लिजियेक्सचे संत तेरेसा

यांच्यापासून प्रभावित होऊन त्यांनी आपल्यासाठी तेरेसा या नावाची निवड केली. सिस्टर तेरेसा झाल्यावर त्या कोलकत्ता येथील लॉरेटो एंटॅली कॉन्वहेंटमध्ये राहू लागल्या. त्या कॉन्व्हेन्ट शाळेत इतिहास आणि भूगोल शिकविण्याचे काम करू लागल्या.

भारतीयांच्या रंगात तेरेसा

सिस्टर तेरेसा जन्माने ख्रिश्चन होत्या. त्या गोर गरिबांची सेवा करण्यासाठी भारतात आल्या होत्या. उपाशी आणि फाटक्या अवस्थेतील गरिबांना पाहून त्यांचे हृदय पिळवटून निघत असे. त्यांनी मिशनच्या महागड्या कपड्यांचा त्याग केला.

कलकत्ता महापालिकेच्या सफाई कामगार महिला घालतात, तसे साधे कपडे वापरायला त्यांनी सुरूवात केली. अशा प्रकारे सर्वात गरिब वर्गाशी मिळती जुळती ओळख त्यांनी निर्माण केली.

मदरची पदवी

साधारणपणे लॉरेटो ननला कॉन्वहेट सोडण्याची परवानीग मिळत नाही. १९३५ साली सिस्टर तेरेसा यांना मात्र अशा प्रकारची विशेष सवलत मिळाली. त्यांना कॉन्व्हेंटच्या बाहेर असलेल्या सेंट तेरेसा शाळेत शिकवायला जाण्याची परवानगी

मिळाली. सेंट तेरेसा शाळेत दोन वर्षे घालविल्यानंतर तेरेसा यांनी २४ मे १९३७ ला शेवटची शपथ घेतली. तेव्हापासून त्या अधिकारीक स्वरूपात 'मदर तेरेसा' झाल्या.

अंतिम शपथ घेतल्यानंतर लगेच मदर तेरेसा सेंट मेरी या कॉन्व्हेंट शाळेच्या प्राचार्या झाल्या. पुन्हा एकदा त्या कॉन्व्हेंटच्या भिंतीत अडकून पडल्या. त्यांनी जवळपास वीस वर्षे तिथे काम केले.

खरं तर तेरसा यांना शाळेत शिकविणे मनापासून आवडत असे; पण कोलकत्ताच सर्वत्र पसरलेली गरिबी त्यांना अस्वस्थ करीत असे. १९४३ साली आलेल्या दुष्काळाने तर बंगालला मृत्यू आणि अडचणीच्या जाळयात अडकवून टाकले. त्यानंतर १९४६ साली झालेल्या हिंदू मुस्लिम दंगलीमुळे पूर्ण शहरातील वातावरण निराश आणि भीतीयुक्त झाले होते.

निळ्या काठाच्या साडीची भेट

१६ ऑगस्ट १९४६ रोजी मदर तेरेसा यांनी आपली जुनी धार्मिक वस्त्रे उतरून टाकली. त्यांनी आगामी 'मिशनरी ऑफ चॅरीटी' साठी नवीन वस्त्र धारण केले. त्यांचे नवीन वस्त्र एक साधारण सुती साडी होते. ही पांढऱ्या रंगाची असून तिचे काठ

मदर तेरेसा

निळया रंगाचे होते खरं तर निळा रंग व्हर्जन मेरीचा होता. साडीशिवाय त्यांचे ब्लाऊज आणि पेटीकोटाचा रंगही पांढरा होता.

१९४८ साली मदर तेरेसा यांनी भारताचे नागरिकत्व स्वीकारले. त्या भारतीय कपडे घालीत असत आणि भारतीय अन्न सेवन करीत असत. त्या मनाने भारतीय झाल्या होत्या. मिशनरी ऑफ चॅरीटीची सुरूवात करताना त्यांना त्यासाठी एका नवीन वस्त्राची निवड करायची होती. त्या काळी कोलकत्ता महापालिकेतील महिला सफाई कामगारांचा यनिफॉर्म निळया काठाच्या साडीचा होता. मदर यांनी त्याच कपड्याची निवड केली. त्या ते कपडे घेऊन फादरकडे गेल्या. आपल्याला हे कपडे वापरण्याची परवानगी मिळावी, अशी त्यांनी फादरना विनंती केली.

फादर म्हणाले, "सिस्टर, तुम्हाला हे माहीत आहे का, की कोलकत्ता महापालिकेतील सर्वात खालच्या स्तरावरील कर्मचारी असलेल्या महिला सफाई कामगारांचा हा युनिफॉर्म आहे. येथील लोक त्यांना अस्पृश्य समजतात?"

मदर म्हणाल्या ,"याच कारणामुळे मी याची निवड केली आहे. मी येथील गरीब आणि सर्वात खालच्या लोकात माझी ओळख निर्माण करू इच्छिते. येथील लोकांचा निराशा, वेदना,

गरिबी आणि आजार यांची जी उपेक्षा केली जाते, त्यांची स्वच्छता करणे हाच माझा उद्देश आहे."

हे ऐकताच फादरचे डोळे भरून आले. त्यांनी वाकून मदर तेरेसासह परमेश्वराची प्रार्थना केली. नंतर मदरला आशीर्वाद म्हणून एक जोडी निळया काठाच्या साड्या भेट म्हणून दिल्या.

आपल्या आवडीने भारतीय

१९४६ साली मदर तेरेसा आपले 'मिशनरी ऑफ चॅरिटी' सुरू करण्यासाठी मुलभूत काम करण्यात व्यस्त होत्या. त्या मायकेल गोमेज नावाच्या व्यक्तीच्या घरातील तिसऱ्या माळयावरील एका खोलीत रहात होत्या. संपत्तीच्या स्वरूपात त्यांच्याजवळ एक लाकडी पेटी आणि व्हर्जन मेरीची एक प्रतिमा इतकेच साहित्य होते. त्या चटईवर झोपत असत. त्यांच्याजवळ एक पैसाही नव्हता. त्यामुळे खाण्या पिण्याची सोय करणेही अवघड होते. ग़ोमेज यांचे कुटुंब दयाळू होते. शक्य तितकी त्यांनी मदर तेरेसा यांना मदत केली.

एकदा त्या कोलकत्ता मध्ये ट्राममधून प्रवास करीत होत्या. काही लोक त्यांना निरखून पाहत होते. एखाद्या गोऱ्या महिलेने अशा प्रकारे ट्राममधून प्रवास करणे त्यांच्यासाठी सामान्य बाब नव्हती. काही लोक आपआपसात कुजबुजत होते. एका प्रवाशाने

मदर तेरेसा यांना त्यांच्या राष्ट्रीयत्वाबद्दल विचारले.

मदरनी उत्तर दिले, "मी भारतीय आहे."

यावर दुसऱ्या एका प्रवाशाने विचारले, "एक गोरी स्त्री आपण भारतीय असल्याचा दावा कशी काय करू शकते? "

मदरने लगेच त्याला उत्तर दिले, "तुम्ही योगायोगाने भारतीय आहात; पण मी माझय इच्छेने भारतीय झाले आहे."

स्वीस व्यक्तीच्या अभिमानाची अखेर

पाशचत्य लोक सुरूवातीपासूनच भारतातील गरिबी आणि निरक्षरतेची निंदा करीत असत. त्यांच्या अशा वागण्यावर मदर तेरेसा टीका करीत असत. भारताला त्या आपला देश समजत असत. त्याची प्रतिष्ठा ती आपली प्रतिष्ठा असे त्या समजत असत.

एकदा एक स्वीस व्यापारी मदर यांना भेटण्यासाठी आला. तो अनेक कंपन्याचां मालक होता. त्याला आपल्या संपत्तीचा खूप गर्व होता.

मदरशी भेट झाल्यावर तो म्हणाला, "मदर, मी किती श्रीमंत आहे, ते तुम्हाला माहीत नाही. मी अनेक मिशनरींना खूप दान करीत असतो. भारतातील गरिबांबद्दल मी ऐकले तेव्हा त्यांनाम मदत करण्यासाठी मी इथे आलो. तुमच्या वतीने चालविण्यात येणाऱ्या आश्रमांसारख्या अनेक आश्रमांना मी आर्थिक मदत

करतो. मी इथे तुमच्या वतीने चॅरिटी करण्यासाठी आलो आहे."

मदर तेरेसा यांना त्याची बोलण्याची पद्धत आवडली नाही. त्या म्हणाल्या, "तुमच्या जवळ इतका पैसा आहे तर तुम्ही तुमच्या देशातील गरिबांना राहण्यासाठी घरे बांधून द्यायला हवीत. जिथे तुमच्यासारखे लोक आहेत, त्या देशात नक्कीच गरीब लोकही असणारच. माझा भारत देश गरीब आहे, पण येथील लोक संवेदनशील आहेत. श्रीमंत देशातही असे आश्रम सुरू करण्यासाठी मला मदत करणाऱ्या लोकांची इथे उणीव नाही."

मदरचा स्पष्टवक्तेपणा पाहून त्या स्वीस व्यक्तीचा गर्व चक्काचूर झाला.

गरजवंतांना मदत

मदर तेरेसा यांनी मोतीझिल झोपडपट्टीत राहणाऱ्या मुलांसाठी एक शाळा सुरू केली. या शाळेत जाणारी मुले स्वच्छ आणि शिस्तप्रिय दिसू लागली. याचे यश पाहून आनंदीत झालेल्या झोपडपट्टी वासियांनी मदर तेरेसा यांना जमा करून शंभर रूपये दिले. मदर तेरेसा यांनी या पैसांचा वापर करून आणखी दोन खोल्या भाड्याने घेतल्या. एका खोलीला पाच रूपये भाडे होते. एका खोलीचा वापर त्या शाळा म्हणून करीत होत्या, तर दुसऱ्या खोलीत त्यांनी आजारी लोकांवर उपचार क्करण्यासाठी दवाखाना

सुरू केला.

त्यांच्या वतीने करण्यात येणाऱ्या कठोर परिश्रमाचे सर्वत्र कौतुक होत होते. एका सिस्टरने त्यांच्या शाळेत शिकविण्याची तयारी दाखविली तर दुसऱ्या एका सिस्टरने रुग्णांची सेवा करण्याचे ठरविले. मदर तेर्थील लोकांना भेटत असत आणि त्यांच्या समस्या सोडविण्यासाठी प्रयत्न करीत असत. तेथील झोपडपट्टी वासियांना अधिकारी लोकच बहुतेक वेळा परेशान करीत असत.

गरिबांसाठी दुःख

एके दिवसी मदर तेरेसा कोलकत्यातील गल्यांमधून फिरत होत्या. थंडीचा महिना होता. त्यांचे लक्ष एका तुटक्या झोपडीकडे गेले. जिचे छत उडाले होते. तिथे एक महिला आपल्या मुलांसोबत होती. ती थंडीने कुडकुडत होती. ती त्यांच्याजवळ गेली. मुलाला स्पर्ष केला तर त्याला ताप होता. महिलेच्या अंगावर फाटकी साडी होती. हे सर्व पाहून मदर दुःखी झाली. तिने महिलेला तिच्या अशा दयनीय स्थितीचे कारण विचारले.

महिलेने स्फुंदत स्फुंदत सांगितले, "दोन महिन्यापासून झोपडीचे भाडे देऊ शकले नाही. त्यामुळे झोपडीच्या मालकाने झोपडीचे छत काढून टाकले आहे. मी ही सोडून दिली तर तो तिच्यावर आपला ताबा करीन. मी ही झोपडी कशी काय सोडू?

मला रहायला दुसरी जागा नाही. ”

मदर तेरसाने तिचे सांत्वन केले. तिला ती आपल्यासोबत मोतीझिल येथे घेऊन आली. तेथील दवाखान्यात तिला राहण्यासाठी जागा दिली.

जवाहरलाल नेहरूंशी भेट

१५ ऑगस्ट १९४७ रोजी भारत स्वतंत्र झाला. भारताचे पहिले पंतप्रधान म्हणून जवाहरलाल नेहरू यांनी शपथ घेतली.

१९४७ मधील थंडीचे दिवस होते. मदर तेरेसा एका सरकारी शाळेत ख्रिसमस साजरा करीत होत्या. पश्चिम बांगलचे मुख्यमंत्री तिथे प्रमुख पाहुणे म्हणून येणार होते. योगायोगाने त्याच दिवशी जवाहरलाल नेहरूही कोलकत्यात होते. त्यांना या समारंभाची माहिती कळली तेव्हा त्यांनी या समारंभाला जाण्याची इच्छा व्यक्त केली.

तुमच्यासारखी व्यक्ती पाहुणे म्हणून येणे, हे आमचे सुदैव असल्याचे उत्तर मदर तेरेसा यांनी पाठविले. आपल्यात तुम्हाला आलेले पाहून तेथील गरिब मुले आनंदी होतील, असे त्या म्हणाल्या.

नेहरू तिथे पोहचले. मदर तेरेसा यांनी अगदी मनापासून त्याचे मुलांसह स्वागत केले. समाजतील खालच्या स्तरातील लोकांसाठी मदर तेरेसा यांनी चालविलेले कार्य आणि त्यासाठी

सुरू असलेले त्यांचे प्रयत्न याचे नेहरूने तोंड भरून कौतुक केले. मदर तेरेसा यांच्या वतीने करण्यात येणाऱ्या निस्वार्थ सेवेचे वर्णन करण्यासाठी त्यांना शब्द सापडत नव्हते.

कृष्ठ रोग्यांसाठी घर

१९५० साली एका महिलेला तिच्या नातेवाईकांनी 'मदर होमट च्या दरवाजावर आणून सोडले. तिच्या अंगावर भारीचे दागिने आणि कपडे होते. तिला कृष्टरोग झाला होता म्हणून तिची श्रीमंत मुले आपल्या सोबत ठेवायला तयार नव्हते. मदरने तिला रहायला जागा दिली, पण होममधील इतर रोगी ती आपल्यासोबत रहायला आली म्हणून परेशान होते.

मदरने असे अनेक कृष्ठरोगी पाहिले. जे रस्त्याच्या काठावर पडलेले असत. त्यांची काळजी घेणारे कोणी न्व्हते. अशा कृष्ठरोग्यांसाठी मदरने टीटागढ येथे 'लेपर होम' तयार केले. तिथे आठवड्याला दोन वेळा सिस्टर जास असत आणि त्यांना औषधाचे वाटप करीत असत.

त्या श्रीमनत महिलेला सत्य उमगले तेव्हा तिने आपले सर्व जीवन मिशनला समर्पित करण्याची घोषणा केली. नंतर टीटागढ येथेच कृष्ठरोग्यांसाठी एक वेगळे निवास बांधण्यात आले.

त्या श्रीमंत महिलेलाही तिथे आणण्यात आले. आपल्या शब्दानुसार तिने नेहमी इतर आजाऱ्यांना मदत केली.

दृढनिश्चयी मदर तेरेसा

एकदा मदर तेरेसा यांनी फूटपाथवर एक महिला पाहिली. तिची अवस्था मरणासन्न होती. त्यांनी तिला रिक्षात घातले आणि जवळच्याच एका दवाखान्यात गेल्या. इस्पितळात एकही खाट रिकामी नसल्याचे तिथे त्यांना सांगण्यात आले.

त्या मरणासन्न महिलेसाठी इस्पितळात जागा मिळावी यासाठी मदर यांनी इस्पितळातील कर्मचाऱ्यांना विनंती केली. डॉक्टर म्हणाले, "ही बाई मरायला लागली आहे. तिला परत न्या."

मदर म्हणाल्या, "पण ती आता जिवंत आहे. आपण हिला कसे काय मरू देणार? तिला जिवंत ठेवण्यासाठी तिच्याकडे तातडीने लक्ष देण्याची गरज आहे. कृपया काही तरी करा."

डॉक्टर गर्विष्ठ होते. ते म्हणाले, "हिच्यावर वाया घालविण्यासाठी आमच्याकडे वेळ नाही." ते परत आपल्या केबीनमध्ये निघून गेले.

मदर तेरेसा जमिनीवर बसल्या. ती महिला त्यांच्या मांडीवर होती. काही वेळानंतर ते डॉक्टर घरी जाण्यासाठी आपल्या केबीनमधून बाहेर आले. त्यांनी मदरला तिथे बसलेले पाहिले. त्यांच्या आंतरत्म्यने त्यांचा निषेध केला. त्यांनी त्या महिलेला तपासले आणि तिच्यावर उपचारही केले. शेवटी त्या महिलेचा जीव वाचला.

नेहरूंकडून मदरचे कौतुक

१९६० साली आजारी असतानाही नेहरू यांनी 'मदर होम' चे उदघाटन केले. मदर तेरेसा यांना त्यांना आपल्या 'मिशिनरी ऑफ चॅरिटीज' या संस्थेबाबत सांगायचे होते.

नेहरू म्हणाले, "मदर याची काही आवश्यकता नाही. त्याची कोणी ओळख करून देण्याची गरज नाही. तुम्ही परित्यक्ता, अनाथ आणि असाह्य रोग्यांची ज्या प्रकारे सेवा केली आहे, त्यासाठी हे सारे जग तुमचे ऋणी आहे. आपल्या ध्येयासाठी तुमचे समर्पण अतुलनीय आहे. तुमचे धैर्य आणि निस्वार्थ सेवाभाव अविश्वसनीय आहे."

या शब्दांनी मदर तेरेसा यांना भावविव्हळ केले. त्यांच्या डोळयांतून आसवे वाहू लागली.

निर्मळ हृदय

रस्त्याच्या कडेला असेच पडलेल्या आजारी लोकांना मदर तेरेसा पाहत असे. या रोग्यांची सेवा करणारे कुणीच नव्हते. मदरने या रोग्यांची काळजी घेण्याचे ठरविले. मृत्यूच्या दारात उभे असलेल्या या रोग्यांना सन्मननीय अवस्थेत मृत्यू यावा, अशी त्यांची इच्छा होती. त्यांना गंभीर स्वरूपात आजारी

असलेल्या लोकांसाठी होम उभारायचे होते. त्यासाठी त्यांना जागा हवी होती.

त्या महापालिकेच्या आरोग्य विभागात जाऊन तेथील अनेक कर्मचाऱ्यांना भेटल्या. अधिकारी दयाळू आणि विचार करणारे होते. त्यांनी मदर यांना कालीघाट मंदिराजवळील एका जागेबाबत सांगितले. ती एक धर्मशाळा होती आणि तिच्यावर काही गुन्हेगारी प्रवृत्तीच्या लोकांनी अनधिकृत ताबा मिळविला होता. मदर यांनी आपल्या सामाजिक कार्यासाठी त्या जागेचा वापर करण्याचा निर्णय घेतला.

धर्मशाळेत दोन मोठे हॉल होते. मदर आणि त्यांच्या सहकाऱ्यांनी रस्त्याच्या काठावर पडलेल्या आणि गंभीर आजारी असलेल्या लोकांना इथे आणून त्यांना जागा द्यायला सुरूवात केली. मिशनच्या समर्पित सिस्टर्सनी त्यांची सेवा करायला सुरूवात केली. मदरनी त्या घराचे नाव 'निर्मल हृदय' ठेवले.

ती अपंग मुलगी

भारतातील विविध शहरात 'मदर होम' उघडू लागले होते. त्यापैकी एक जयपूर येथेही होते. तिथे नुकतेच होम उभारायला सुरूवात झाली होती. त्याची पाहणी करण्यासाठी मदर तिथे आल्या होत्या. संध्याकाळच्या प्रार्थनेसाठी त्या चर्चकडे निघाल्या

होत्या. त्यांचे लक्ष एका अनाथ अपंग मुलीकडे गेले. तिला पाय नव्हता आणि ती रस्त्याने घसरत घसरत चालील होती.

मदरला त्या मुलीची दया आली. त्या तिच्या जवळ गेल्या आणि त्यांनी तिला तिच्या आई वडिलांविषयी विचारले.

ती मुलगी म्हणाली, "मला आई वडील नाहीत की कोणी बहीण भाऊ नाहीत. मी अपंग असल्यामुळे त्यांनी मला सोडून दिले आहे. मी रस्त्यावर भीक मागते. "त्या अपंग मुलीचे म्हणणे ऐकल्यावर मदरला आश्चर्य वाटले. त्यानी तिला आपल्या 'होम'मध्ये आणले आणि तिला घालायला कपडे दिले. एका सिस्टरने तिला सांगितले, "आजपासून तू इथेच आमच्या सोबत रहायचे."

इंदिरा गांधी यांच्याशी संबंध

हा तो काळ होता, जेव्हा इंदिरा गांधी भारतांच्या पंतप्रधान होत्या. मदरबद्दल त्यांच्या मनात अपार प्रेम आणि आदराची भावना होती. मदर कधी देशाबाहेर गेल्यावर 'मदर होमट मध्ये सुरू असलेल्या सेवा कार्याची काळजी घेण्याचे काम मदर करीत असत. एकदा दिल्ली येथील मदर होममध्ये भाज्या आणि डाळीची कमतरता पडली. इंदिरा गांधी यांना याची बातमी

कळली. त्यांनी लगेच त्याची व्यवस्था केली. इंदिरा गांधी यांच्या किचन गार्डनमधील ताज्या भाज्यांनी भरलेला टेम्पो होम मध्ये पोहचविण्यात आला.

मदर तेरेसा आणि इंदिरा गांधी यांच्यात एक वेगळयाच प्रकारचे नाते होते एकदा मदर तेरसा गंभीर स्वरूपात आजारी पडल्या. त्यांना दार्जिलिंगमर्धील एका इस्पितळात आयसीयूमध्ये दाखल करण्यात आले होते. त्यावेळी इंदिरा गांधी यांनी आपले सर्व नियोजित कार्यक्रम रद्द करून मदर यांना भेटण्यासाठी वेळ काढला होता.

परदेशातील 'मदर्स होम'

'मिशिनरी ऑफ चॅरिटी' ची लोकप्रियता सर्वत्र पसरली होती. मदर तेरेसा यांना परदेशातही होम सुरू करण्याचे प्रस्ताव येत होते. मदर तेरेसा यांना ते नाकारावे लगत होते कारण परदेशात काम करणाऱ्या सिस्टर्सची उणीव होती.

पोप ज़ॉन पॉल द्वितीय यांनी खूप आग्रह केल्यावर मदर तेरेसा यांनी परदेशात होम सुरू केले. हे होम व्हेनेझ्युएला येथे सुरू करण्यात आले. पोप यांनी भारताचा दौरा याचा उद्देशाने केला होता.

पोप यांच्या भारतातील दौऱ्यासाटी हवाई मार्गाने 'फोर्ड लिंकन

' नावाची लक्झरी कार मागविण्यात आली होती. पोप मदर तेरेसा यांचे काम पाहून इतके प्रभावित झाले की त्यांनी ती कार मदर तेरेसा यांना भेट दिली.

मदर तेरेसा आणि त्यांच्या सिस्टर्स युद्ध भूमीवर गेल्या. त्यांनी आपल्या प्राणाची पर्वा न करता जखमी सैनिकांची सेवा केली.

एकदा मदर तेरेसा इथिओपियाला गेल्या होत्या. तिथे प्रचंड मोठा दुष्काळ पडला होता. उपासमारीने लोक मरत होते. त्या देशाचा प्रशासक हेल सेलेसी एक कट्टर मुसलमान होता. तरीही मदर त्याला समजावून सांगण्यात यशस्वी झाल्या, की आपली सेवा राजकारण आणि धर्माच्य संकुचित विचारांपेक्षा मोठी आहे.

मदर तेरेसा यांनी तिथे 'हेले सेलेसा मिशनरी ऑफ चैरिटी " सुरू केली. या संस्थेच्या माध्यमातून त्यांनी तिथे उपासमारीमुळे मरणासन्न झालेल्या शेकडो लोकांचे प्राण वाचविले.

१९७८ साली मदर तेरेसा यांनी फिलापाईन्सधील टीबी ग्रस्त रोग्यांसाठी 'तुमान होम' सुरू केले. हे होम फिलिपाईन्सची राजधानी असलेल्या मनिला मधील सर्वात गरीब वस्तीत सुरू करण्यात आले. गरिबी आणि आजारांना बळी पडलेला तो दुसरा मोठा अशियायी देश होता.

निर्मळ आणि पवित्र

१९७१ मधील भारत पाक युद्धाच्या वेळी पाकिस्तानी सैन्याने

पूर्व पाकिस्तानात प्रचंड दहशत पसरविली होती. त्या कारणामुळे तेथून विस्थापित झालेले लाखो लोक भारतात आश्रयासाठी आले होत. मदर यांनी आजारी शरणार्थीसाठी कोलकत्ता येथे जागोजागी कँप सुरू केले. सरकार आणि स्वंयसेवी संस्थानी उघडलेल्या छावण्यात शरणार्थी रहात होते. अमेरिकेतील सिनेटर एडवर्ड कॅनडी या शरणार्थी शिबारांतील परिस्थिती पाहण्यासाठी भारतात आले होते.

एडवर्ड कॅनडी मिशनरी ऑफ चॅरीटीच्या वतीने चालविण्यात येणाऱ्या एका शिबिरात पोहचले. तिथे त्यांनी एका सिस्टरला एका आजारी व्यक्तीला झालेल्या जखमा स्वच्छ करताना पाहिले. ते त्या सिस्टरशी हास्तांदोलन करण्यासाठी पुढे आले. सिस्टर हळूच म्हणाली, "सर, माझे हात घाण आहेत." तिने आपला हात मागे घेतला.

एडवर्ड कॅनेडीं म्हणाले, "तुमच्या हाता इतके पवित्र आणि स्वच्छ दुसरे काहीच असू शकत नाही." त्यांनी अतिशय उत्साहाने त्या सिस्टरचा हात आपल्या हातात घेतला.

नारळाचा गोळा

एकदा मदरने दोन मुलांना भांडताना पाहिले. मदरने त्यांना त्यांच्या भांडणाचे कारण विचारले. मुलांनी सांगितले की भांडणाचे

कारण नारळाचा गोळा आहे.

कारण कळल्यावर मदर आश्चर्यचकीत झाल्या. खरं तर तिथे भोवताली नारळाचे शेकडो गोळे पडलेले होते. ती मुले त्या विखुरलेल्या गोळयांना हात लावत नव्हती. ते एका विशेष नारळाच्या गोळयासाठी लढत होते.

मुलाना त्यामागचे कारण विचारले, तेव्हा त्यांनी सांगितले की त्या नारळाच्या गोळयात पाणी असून बाकीचे नारळाचे गोळे रिकामे आहेत. तेव्हा ते भांडण नारळाच्या गोळयासाठी नसून नारळातील पाण्यासाठी असल्याचे सिस्टरला कळले. तेव्हा सिस्टरला असे वाटले की या मुलांना हे नारळाचे गोळे जमा करण्याच्या कामाला का लाऊ नये? या गोळयांपासून मिळणाऱ्या नारळाच्या जटांचा वापर चटई, पायदान आणि दोरी बनविण्यासाठी करण्यात येऊ शकतो. सर्वात मोठी समस्या अशी होती,की हे नारळाचे गोळे जमा कुठे करावेत? मदर जवळ कोणताही गोदाम नव्हता. त्यासाठी त्यांनी प्रयत्न सुरू केले. शेवटी १९७३ साली सियालदह येथे त्यांना एक जागा दानात मिळाली. मदरने त्या जागेचे होम मध्ये रूपांतर करण्याचा निर्णय घेतला.

प्रेमदान

मदर यांनी आपल्या नवीन मोहिमेचे नाव ‘प्रेमदान’ ठेवले.

त्यांनी मुलांमध्ये असा निरोप पाठविला की शभंर गोळे आणणाऱ्या प्रत्येक मुलाला ब्रेड आणि बटर स्लाईस देण्यात येईल. या बातमीमुळे गल्लीतील मुलांमध्ये नारळाचे रिकामे गोळे जमा करण्याची जणू लाटच आली.

लोक नारळातील पाणी पित असत आणि त्याचे रिकामे गोळे तिथेच आसपास फेकून देत असत. नारळाचा गोळा इकडे तिकडे पसरलेल्या कचऱ्यासराखा दिसत असे. गली मोहल्यातील मुले शंभर शंभर गोळयांचे एक थैले भरीत असत. मदर होमचा ट्रक सर्वत्र फिरून ते थैले जमा करीत असे. बदल्यात बटर आणि ब्रेडची स्लाईस वाटत फिरत असे.

नंतर प्रेमदानचे एका मोठ्या होममध्ये रुपांतर झाले. त्या होममध्ये ज्यांना घर नाही, असे वृद्ध लोक रहात असत. हे अजूनही सुरू आहे. येथे राहणाऱ्या लोकाना नारळाच्या जटापासून दोरी, चटई, थैली तयार करायला शिकविले जात असे. त्यातून त्यांची उपजिविका चालत असे.

सिंगापूरची घटना

एकदा मदर तेरेसा सिंगापूरच्या दौऱ्यावर होत्या. तिथे सोळा वर्षाची एक सुंदर मुलगी त्यांना भेटायला आली. तिने 'मिशन' मध्ये काम करण्याची इच्छा व्यक्त केली. तिला एक लहान

भाऊही होता. जो शारीरिक अपंग होता. त्याचे डोके खूप मोठे असल्याचे त्या मुलीने मदरला सांगितले. त्यामुळे तो राक्षसासारखा दिसतो. सर्व जण त्याचा तिरस्कार करतात आणि त्याला हासतात. मी मात्र त्याच्यावर प्रेम करते. कारण तो तिचा भाऊ होता. तिने मदरला विचारले, "मला काय करावे लागेल?"

मदरने सांगितले, "माझे मुली, परमेश्वरावर प्रेम कर.ज्यांच्या मनात अपंगाबद्दल सहानुभूती नाही, त्यांच्यावर परमेश्वर प्रेम करीत नाही.तू प्रत्येक अपंग व्यक्तीवर प्रेम करायला हवे. माझ्या 'होम' ची दारे तुझ्यासाठी सदैव उघडी आहेत. तुझे जीवन पीडित व्यक्तींची सेवा करण्यासाठी मसर्पित कर. मी तुला तुझ्या भावासह सिबू शहरात असलेल्या माझ्या होममध्ये पाठविते."

त्या सुंदर मुलीला ते सर्व मिळाले, ज्यासाठी ती नेहमी प्रार्थना करीत असे. ती फिलीपाईन्स मधील शिबू शहरात असलेल्या होममध्ये आपल्या भावासह रहायला आली.

तिथे ती मदरच्या मिशनचा एक भाग झाली. तिचा भाऊही तिथे गेल्यावर आनंदी झाला. कारण तिथे कोणीही त्याचा तिरस्कार करीत नव्हते. तसेच त्याला कोणी हासतही नव्हते.

कस्टम ड्युटी भरायला नकार

मदर तेरेसा यांनी स्थापन केलेल्या होम्सला सर्व जगातून मोठ मोठ्या रकमा दान म्हणून मिळत असत. श्रीमंत असलेल्या बहुतेक पाश्चात्य देशातून औषधे मिळत असत. एकदा दोन सिस्टर्सनी मदरला येऊन सांगितले की कस्टमचे अधिकारी दान म्हणून मिळालेल्या औषधांना सोडायला तयार नाहीत. ते त्या औषधावर कर भरायला सांगताहेत.

मदरने ठाम पूर्वक सांगितले., "आम्ही कस्टम ड्युटी काय म्हणून भरावी? आम्ही आमच्या होम्ससाठी सरकारकडून काहीही घेत नाही.ही औषधे काही नफा मिळविण्यासाठी आणली नाहीत. या देशातील गरजू लोकांना ती मोफत दिली जाणार आहेत. ही औषधे सर्व जगातील दयाळू लोकांनी पाठविली आहेत. त्यांना परेशान करण्याची काय आवश्यकता आहे. मी ठाम ठरविले आहे, की दानात मिळालेल्या औषधांवर मी कर भरणार नाही."

ही फिलिपाईन्समधील घटना होती. तिथे मदरचा एक विश्वासू भारतीय होता. तो खूप चांगला मदत करणारा होता. त्याने संबंधित मंत्र्यांना बोलून मदरचे म्हणणे मांडले. मंत्र्याला मदर होमची औषधे कोणताही कर न भरता पाठवावी लागली.

वृद्धाश्रम

गरीब, आजारी आणि अनाथांसाठी मदरने अनेक ठिकाणी होम निर्माण केले. नंतर त्यांनी अशा वृद्धांसाठीही होम उभारले, ज्यांना त्यांच्या घरातील माणसांनी सोडून दिले होते.

हाँगकाँगमधील एक घटना आहे. तेथील एका श्रीमंत वृद्ध दांपत्याने फ्लॅटमध्ये आत्महत्या केली होती. आत्महत्येपूर्वी लिहिलेल्या चिठ्ठीत त्यांनी लिहिले होते, "आम्ही आमची काळजी घेण्यास असमर्थ आहोत. त्यामुळे आम्ही आत्महत्या करण्याचा निर्णय घेतला आहे. आमचा फ्लॅट विकावा. त्यातून आलेली आर्धी रक्कम मदर तेरेसा यांच्या 'ओल्ड एज होम' या संस्थेला द्यावा आणि उरलेली आर्धी रक्कम अशाच दुसऱ्या एखाद्या संस्थेला द्यावी. जी कुटुंबाने सोडलेल्या वृद्धांसाठी काम करते."

मदरला या जोडप्याच्या निराशाकारक शेवटाची माहिती कळली तेव्हा त्यांनीही श्रीमंत देशात अशाल प्रकारचे 'ओल्ड एज होम' सुरू करण्याचा निर्णय घेतला. त्याचे कारण असे होते, की या देशात वृद्धांना त्यांचीच मुले तिरस्कृत करतात.

ज़ीवित महान आत्मा

त्या जिथे कुठे जात असत, तिथे चमत्कार करणाऱ्या कथा निघत असत. त्यांच्यापासून प्रेरणा घेऊन सामान्य माणसे

महापुरूष होत असत. त्यांच्या गोष्टी चमत्कारिक आहेत. एकदा परदेश प्रवास करीत असताना एअर होस्टेस म्हणून आपण काम करणार असल्याचे त्यांनी सांगितले. त्यावेळी त्यांना मदरचा दर्जा मिळला नव्हता. त्या फक्त एक सिस्टर होत्या. त्यांनी विमानातील परिचारिकांना सांगितले, की लोकांनी ताटात सोडलेले अन्न एका बॅगमध्ये जमा करून द्यावे." त्यांनी नोबल पुरस्काराच्या व्यवस्थापकांना सांगितले की त्यांनी पारंपरिक औपचारिक भजन रद्द करावे आणि तय पैशातून उपाशी मुलांना जेवण द्यावे. इतके काही करणे त्यांना शक्य झाले कारण त्यांना भौतिक गोष्टींचा मोह नव्हता. दुसऱ्याचे दुःख दूर करणे हाच त्यांचा उद्देश होता. जे सामाजिक कार्यात सहभागी होत नाहीत, त्यांच्यासाठी त्या एक सडेतोड उत्तर होत्या. त्यांच्या वागण्यात इतकी शक्ती होती, की त्या समोर असल्यावर कोणीही आपले दार बंद करू शकत नव्हते.

याचे एक उदाहरण यमनमध्ये पहायला मिळते. तिथे ६०० वर्षांपासून ख्रिश्चन मशिनरींना काम करण्यावर बंदी घालण्यात आली होती. १९०६० साली मात्र तत्कालिन पंतप्रधान मदर यांच्या कामामुळे इतके प्रभावित झाले की त्यांनी ही बंदी काढून टाकली आणि मदर यांना आपल्या देशात आमंत्रित केले. त्यांची उची अवघी ५ फूट होती. पण त्यांच्या कमाची उची

इतकी जास्त होती की त्यांच्यासमोर श्रीमंत आणि प्रसिद्ध तसेच शक्तिमान व्यक्तीही थिटया पडत असत. त्यांचे कौतुकर करताना एडवर्ड कॅनडी जाहीर रित्या रडले होते.

१९७८ साली इंदिरा गांधी सत्तेच्या बाहेर होत्या तेव्हा त्यांनी आपल्या वस्त्य कार्यक्रमातून वेळ काढून मदर यांची भेट घेतली. पश्चिम बैरूतमधील गल्या धुमसत होत्या तेव्हा मदर यांना अडविण्याचे धैर्य कोणातही नव्हते. त्या अशा गलीतून अनाथ मुलांना घेऊन आपल्या होम कडे जात असत.

संपूर्ण जगात त्यांना जो मान सन्मान आणि आदर मिळाला होता, त्याचा अंदाज त्यांना मिळालेल्या अनेक पुरस्कारावरून केला जाऊ शकतो. त्याना मिळालेल्या पुरस्कारांची यादी न संपणारी आहे. नोबेल शांतता पुरस्कार, लिओ टॉलस्टॉय अंतरराष्ट्रीय पुरस्कार, भारत रत्न. इ. थोडक्यात असे सांगता येईल, की १९७९ साली त्यांना शांततेचा नोबल पुरस्कार मिळाल्यावर त्यांना सुमारे ५० राष्ट्रीय आणि अंतरराष्ट्रीय महत्त्वाचे पुरस्कार मिळाले. त्यांच्यासाठी या पुरस्कारांना काय अर्थ होता? त्याचे उत्तर शोधण्यासाठी एक उदाहरण पुरेसे आहे. -मदर याना पोपने लिमोसिन कार भेट दिली तेव्हा त्यांनी तिचा लिलाव करून त्यातून आलेले पैसे चॅरिटीसाठी वापरले.

सन्मान

मदर तेरेसा यांनी केलेल्या कामासाठी त्यांना अनेक पुरस्कार, पदव्या, सन्मानचिन्ह आणि सन्मानपत्र मिळाली. त्याची संख्या इतकी जास्त होती की त्या त्याचे एक संग्रहालय करू शकत होत्या. या पुरस्काराशी त्यांना स्वतःला जोडून घ्यायचे नव्हते. तरीही त्या हे पुरस्कार स्वीकारत असते कारण त्यासोबत त्यांना रोख रक्कमही मिळत असे. त्या रकमेचा वापर त्या आपल्या मिशनसाठी करीत असत. या सर्वांमुळे त्यांना अभूतपूर्व प्रसिद्धी आणि मानसन्मान मिळाला. याचा फायदा असा झाला की दान देण्यासाठी मदरकडे अनेक संस्था आणि व्यक्ती स्वतः होऊन आले.

- १९७९ साली मदरला जगातील सर्वाधिक प्रतिष्ठेचा नोबल पुरस्कार मिळाला.
- त्यांना डॉक्टरेट देण्यासाठी विद्यापीठांत जणू स्पर्धा लागली.
- १९६२ साली त्यांना मॅगासेसे पुरस्कार मिळाला होता.
- पोप जॉन पॉल यांनी त्यांना शांतता पुरस्काराने सन्मानित केले होते.

- अमेरिकेने त्यांना ‘कॅनडी अंतरराष्ट्रीय’ पुरस्कार दिला.
- १९८० साली भारत सरकारने त्यांना देशातील सर्वोच्च नागरी सन्मान ‘भारत रत्न’ दिला.

मदर तेरेसा यांना सन्मानित करण्यासाठी आयोजित भव्य समारंभात सामील होताना त्यांना संकोचल्यासारखे होत असे. या सर्व समारंभात त्या निळया काठाची साधारण साडी घालून सहभागी होत असत.

मदरची प्रार्थना

मदर गांधीजींना कधीही भेटल्या नाहीत; पण गांधीजीबाबत त्यांच्या मनात नितांत आदर होता. प्रेम होते. त्यांनी कृष्ठ रोग्यांसाठी उभारलेल्या होमचे नाव ‘महात्मा गांधी प्रेम निवास ’ ठेवले.

मदर कृष्ठरोग्यांसोबत मिळून नेहमीच अशी प्रार्थना करीत असत,

“ हे परमेश्वरा, मला इतके सक्षम कर की मी गरिब आणि आजारी लोकांची सेवा करू शकेन. उपाशी लोकांना जेवण आणि आजारी लोकाना औषधे देण्यासाठी मला मदत कर. माझ्या हाताला असा गुण दे की मी प्रत्येक उपाशी व्यक्तीला जेवण देऊ शकेन. माझ्या मनात इतके प्रेम भर,

की मी सर्वांसाठी शांतता प्रस्थापित करू शकेन. हे परमेश्वरा, मला त्या लोकांमध्ये शांतिदूत म्हणून पाठव, ज्यांच्यात ठासून तिरस्कार भरलेला आहे. म्हणजे मी त्यांच्या तिरस्काराचे प्रेमात रुपांतर करू शकेन. मला इतकी शक्ती दे, की जिथे अन्याय होत आहे, तिथे मी न्याय करू शकेन. भटकणाऱ्या सर्व लोकांना मी योग्य मार्गावर आणू शकेन. अविश्वासी मनात विश्वास निर्माण करू शकेन. हे परमेश्वरा, माझ्यात इतका प्रकाश भर, की मी वचितांच्या जीवनात आनंदाचा प्रकाश आणू शकेल."

मदर एक अशा व्यक्ती होत्या, की त्या जसे बोलत तसे करून दाखवित असत.

अंतिम प्रवास

मदरचे जसे जसे वय वाढत चालले होते, तसे त्यांचे शरीर त्यांना साथ देत नव्हते. त्याची प्रकृती ठीक रहात नसे. खूप जास्त काम केल्यामुळे त्याचे आरोग्य एकदम बिघडले होते. १९९६ साली त्यांनी आपल्या संघटनेच्या प्रमुख पदाचा राजिनामा दिला. त्यांच्या जागी सिस्टर निर्मला आल्या. त्यांचा राजिनामा जगातील सर्वांसाठी एक महत्त्वाची बातमी ठरला. बहुतेक लोकांचे असे म्हणणे असे होती, की मदर तेरेसा यांना

अतिशय वेगाने जवळ येणाऱ्या आपल्या अंताची चाहूल लागली होती.

सप्टेंबर १९९६ मध्ये त्यांची परिस्थिती आणखी बिघडली. डॉक्टरांच्या सांगण्यावरून त्यंना कोलकत्ता येथील एका इस्पितळात आयसीयूमध्ये दाखल करावे लागले. त्या खूपच अशक्त झाल्या होत्या. जवळपास ५० वर्षांपूर्वी १० सप्टेंबरला त्यांनी 'मिशिनरी ऑफ चॅरिटी' ची स्थापना केली होती. हा दिवस त्या दर वषी 'प्रेरणा दिवस' म्हणून साजरा करीत असत.

गंभीर आजारी असतानाही त्या त्या वर्षी प्रेरणा दिवस कार्यक्रमात सहभागी झाल्या. तिथे त्यांनी सांगितले, की कदाचित पुढच्या वर्षीच्या प्रेरणा दिवसी त्या असणार नाहीत. पण सिस्टर्सनी हे सेवा कार्य सुरू ठेवावे.

मदर तेरेसा यांनी सुमारे आठ महिने मृत्यूशी संघर्ष केला. १५ सप्टेंबर १९९७ रोजी मदर यांच्या अशक्त झालेल्या शरीरात तीव्र वेदना होऊ लागली. याच दिवशी त्यांनी शेवटचा श्वास घेतला. त्यांचे शरीर नेहमीसाठी शांत झाले.

या वृत्ताने संपूर्ण जग शोक सागरात बुडाले. श्रद्धांजली अर्पण करणाऱ्या लोकांच्या रांगा लागल्या.

१३ सप्टेंबर रोजी पूर्ण शासकीय इतमामात त्यांच्यावर अंतिम संस्कार करण्यात आले.

भारताच्या इतिहासात मदर तेरेसा यांच्याशिवाय फक्त महात्मा गांधी यांनाच असा सन्मान मिळाला होता.

मदर तेरेसा नंतर मिशिनरी ऑफ चॅरिटी

मार्च १९९७ मध्ये सिस्टर निर्मला यांना 'मिशिनरी ऑफ चॅरिटी' चे प्रमुख करण्यात आले होते. मदर तेरेसा यांच्या जागी त्यांना बसविण्यात आले होते. मदर यांच्या पावलावर पाऊल ठेवण्यासाठी चालण्यासाठी त्या वचनबद्ध होत्या. यावेळी त्या म्हणाल्या, "मला त्यांच्या बुटाच्या खुणावर पाय ठेवून चालावे लागणार आहे. आम्ही आतापर्यंत जे करीत आलो आहोत, ते करणे सुरूच ठेवणार आहोत."

वयाच्या २४ व्या वर्षापर्यंत सिस्टर निर्मला एक हिंदू होत्या. गरिबांसाठी असलेला मदर तेरेसा यांचा सेवा भाव पाहून त्या विनम्र झाल्या. त्यांच्यापासून प्रेरणा घेऊन त्या कॅथोलिक झाल्या. त्यांनी आपल्या धार्मिक नावासाठी 'निर्मला' या हिंदी शब्दाची निवड केली. ज्याचा अर्थ शरीर आणि आत्म्याची स्वच्छता शुद्धता असा होतो.

सिस्टर निर्मला यांनी एका भारतीय विद्यापीठातून राज्यशास्त्राची पदवीत्युर पदवी मिळविली होती. त्यांनी अधिवक्ता होण्यासाठी लागणारे अतिरिक्त प्रशिक्षणही मिळविले होते. मदर तेरेसा

यांचा वारस म्हणून निवड होण्यापूर्वी सिस्टर निर्मला यांनी पनामा, युरोप आणि वाशिंग्टन डीसी या ठिकाणी मिशनच्या प्रमुख म्हणून काम पाहिले होते.

'मिशनरीज ऑफ चॅरीटी' गरिबातील गरिबापर्यंत पोहचते. विस्थापित आणि निराधार लोकांना सहारा, आश्रय देते. ते रोग्यांची सेवा करते आणि रस्त्याच्या काठावर मरणाऱ्या अनाथांना प्रतिष्ठा मिळवून देते.

मदर तेरेसा मेमोरिअल हाऊस

'मदर तेरेसा मेमोरिअल हाऊस' मेसेडोनिया गणराज्यातील स्कप्जे शहरात (मदर यांचे मूळ शहर) उभारण्यात आले आहे. हे मानवतावादी आणि शांततेचे नोबल पारितोषिक मिळविणाऱ्या मदर तेरेसा यांना समर्पित केलेले आहे. हे मेमोरिअल हाऊस सेंटर नगर निगमच्या मेसेडोनिया स्ट्रीटवर उभारण्यात आले आहे. हे त्या ठिकाणी उभारण्यात आले आहे, जिथे पूर्वी 'सक्रेड हार्टस जीसस रोमन कॅथोलिक चर्च' होते. या चर्चमध्येच मदर तेरेसा यांचा बाप्तिस्मा करण्यात आला होता.

हे मेमोरिअल हाऊस दोन दसलक्ष युरो खर्चुन उभारण्यात आले आहे. त्याचे उदघाटन मेसेडोनियाच्या पंतप्रधानांनी ३० जानेवारी २००९ रोजी केले. याच्या उदघाटन समारंभासाठी

परदेशी शिष्टमंडळे, मेसेडोनियामधील रोमन कॅथोलिक चर्च आणि मेसोडिनियन ऑर्थोडक्स चर्चचे सदस्य उपस्थित होते. 'मदर तेरेसा मेमोरिअल हाऊस' च्या उदगाटन समारंभाच्या एक आठवडा आधी मेसेडोनियाच्या परराष्ट्र मंत्र्यांनी कोलकत्ता येथील मदर यांच्या कबरीवर एक स्मृतीस्वरूप लेख ठेवला. त्यावर इंग्रजीत खालील मजकूर लिहिला आहे,

"Token of gratitude from the republic of Macedonia and the fellow-citizens of her native ton skopje"

हे भवन मे २००८मध्ये उभारायला सुरूवात करण्यात आली. त्यासाठी मेसेडोनिया सरकारच्या वतीने अर्थसहाय्य करण्यात आले. त्याची उभारणी संस्कृती मंत्रालय करीत होते. हे मदर तेरेसा यांच्या जन्म घराचे अधिकृत स्वरूप आहे. इथे अनेक प्रकारचे धार्मिक कार्यक्रम होतात. या घरात मदर तेरेसा यांच्या काही वस्तू ठेवण्यात आल्या आहेत. त्यांना अतिशय पवित्र समजले जाते. स्कप्जे येथील रोमन कॅथॉलिक चर्चच्या सहकार्याने या वस्तू येथे आणण्यात आल्या.

मदर तेरेसा आणि त्यांच्या कुटुंबातील व्यक्तीच्या पूर्ण आकारच्या

मूर्ती एका म्यझियममध्ये ठेवण्यात आल्या आहेत. त्या अशा पद्धतीने तयार करण्यात आल्या आहेत, की त्य हुबेहूब आणि वास्तव वाटतात. त्यात एक मूर्ती अशी आहे, की दहा वर्षांची मदर तेरेसा आपल्या हातात एक कबुतर धरून दगडावर बसली आहे.

संत होण्याच्या मार्गावर मदर तेरेसा

१९ ऑक्टोबर २००३ रोजी पोप जॉन पॉल द्वितीय यांनी मदर तेरेसा यांचे बेप्टीफिकेशन (रोमन कॅथोलिक चर्चची एक परंपरा, ज्यामध्ये सदर व्यक्तीला मरणोत्तर धर्मात्मा घोषित केले जाते.) केले. मदर तेरेसा यांचा मृत्यू १९९७ साली झाला. त्यानंतर जवळपास सहा महिन्यांनी मेसेडोनियामध्ये जन्मलेल्या ननचे बेप्टिफिकेशन रोममध्ये करण्यात ाले. त्या वेळेपासून आतापर्यंत मदर तेरेसा यांच्या लोकप्रियतेत जराही घट झाली नाही.

आधुनिक इतिहासात मदर तेरेसा यांच्या बेप्टिफिकेशनसाठी सर्वात कमी वेळ लागला. मदर तेरेसा यांच्या मृत्यूला दोन वर्षे पूर्ण व्हायच्या आधीच पोप जॉन पॉल यांनी त्यांच्या कॅननायझेशन (संत होण्याची प्रक्रिया) लगेच सुरू करण्याला परवानगी दिली आहे. साधारणपणे यासाठी पाच वर्षे वाट पाहण्याची परंपरा आहे. पोप जॉन पॉल यांनी मदरसाठी हा कालावधी लहान

केला आहे.

मदर तेरेसा यांच्या बेप्टिफिकेशनसाठी एका चमत्काराची वाट पाहण्यात येत होती. २००२ सालची गोष्ट आहे. एका बिगर ख्रिश्चन भारतीय महिलेच्या पोटात विशाल ट्युमर होता. 'मिशिनरीज ऑफ चॅरिटी' च्या सदस्यांनी यांनी प्रार्थना केली की त्यांची संस्थापक मदर तेरेसा यांनी त्या महिलला मदत करावी. दुसऱ्या दिवशी ती महिला जागी झाली तेव्हा तिच्या पोटातील ट्युमर गायब झाला होता. हे मदर यांच्या पहिल्या स्मृतीदिनी झाले होते. 'होली फादर' यांनी या भारतीय महिलेचे बरे होणे, हा चमत्कार असल्याचे मान्य केले आहे. त्यामुळे मदर बेप्टिपाय होऊ शकल्या.

मदर यांच्या बेप्टिफिकेशनची घोषणा करण्यात आली तेव्हा त्यांनी स्थापन केलेल्या 'मिशिनरी ऑफ चॅरीटी' च्या सदस्यांनी आपल्या वक्तव्यात म्हटले आहे, "अतिशय प्रेमाने गरिबाची सेवा करणाऱ्या मदर यांच्या जीवनामुळे हजारो लोकांना या मार्गावर चालण्यासाठी प्रेरीत केले आहे. त्यांची सेवा आणि संदेश कोणताही धर्म मानणाऱ्यासाठी एक संकेत आहे, की परमेश्वर आजही या जगावर प्रेम करतो."

ते पुढे म्हणतात, "त्यांच्या मृत्यूनंतरही लोक त्यांना मदत मागतात. त्यांची प्रार्थना केल्यावर त्यांना स्वतःसाठी परमेश्वराची अनुभूती झाल्यासारखे वाटते. फक्त भारतातूनच नाही तर संपूर्ण

जगातून हजारो लोक त्यांच्या समाधीवर प्रार्थना करण्यासाठी येतात. असेही अनेक लोक आहेत, जे त्यांच्या पाऊलावर पाऊल ठेवून चालत गरजवंतांना मदत करतात. त्यांच्यापासून प्रेरणा घेऊन लोक आपल्या कुटुंबातील सर्वाधिक गरजवंताची प्रेमाने सेवा करतात. ''

२००१ मध्ये 'फीस्ट ऑप द एज्युमशन ऑफ मेरी' च्या प्रसंगी अधिकाऱ्यांनी चर्चच्या वतीने मदर तेरेसा यांची केली जाणारी औपचारिक तपासणी बंद करण्यात आली. चर्चचे बिशप यांच्या वतीने करण्यात येणारी ही चौकशी ही एक प्रचंड दीर्घकाळ चालणारी प्रक्रिया आहे. मदर तेरेसा यांच्यावर श्रद्धा असणाऱ्यांची जी गर्दी पूर्ण वर्षभर चालली, त्यावरून चौकशीची पहिली पायरी अशीच पूर्ण झाली आहे. त्यापूर्वी २००० साली मदर यांच्या जन्मदिवशी हिंदू, मुस्लिम आणि शिख प्रशांसकांनी एकत्रित स्वरूपात त्यांना लवकरच संत म्हणून घोषित करण्याची विनंती केली.

मदर तेरेसा यांना संत म्हणून घोषित करण्यासाठी आणखी एक चमत्कार होण्याची आवश्यकता आहे. तो लवकरच पूर्ण होईल, अशी सर्वांना अपेक्षा आहे.

■■■